என் நினைவிருந்தால் திரும்பி வா

சன்யக்தா & மோனிகா

யாப்பு பப்ளிகேஷன்

என் நினைவிருந்தால் திரும்பி வா

ISBN: 978-93-91423-50-6

First Edition: 2021

Typesetting By A.Siva Prakash

Proof Reading by Renuga devi

Cover Design by Anitha Dinesh

என் நினைவிருந்தால் திரும்பி வா

வலிகளில் பெரிது காதலின் நினைவுகளைச்

சுமந்து அதைச் சொல்லவும் முடியாமல், மறுக்கவும்

முடியாமல் இரண்டிற்கும் நடுநிலையாய் நிற்பதே...

நம் சொல்ல நினைத்த, சொல்ல முடியாத

காதலின் அனுபவங்களும்...

அதனால் ஏற்பட்ட நம் மனதின் ரணங்களும்....

அதற்குச் சாட்சியாய் இதைப் படிக்கும் பொழுது

வரும் நம் காதலின் நினைவுகளும் ....

இவற்றைத் தொடுத்த அழகிய மாலையே

"என் நினைவிருந்தால் திரும்பி வா".

இவர் பெயர் மோனிகா. இவர் தனது அனுபவங்களை கவிதையாக வர்ணிப்பவர். இவர் விழுப்புரம் மாவட்டத்திலுல்ல சின்னநொளம்பை கிராமத்தைச் சேர்ந்தவர். இவர் அப்பாவின் செல்ல மகளாக வளர்ந்து வருகிறாள். இந்த புத்தகம் இவர் தொகுத்து வழங்கிய புத்தகம் ஆகும்.இவர்பத்தாம் வகுப்பு பயின்று வருகிறாள். இவள் பத்திற்கும் மேற்பட்ட புத்தகத்தில் துணை எழுத்தாளராக இருந்துள்ளார். இவர் தனது இலட்சியத்தை அடைவதற்காக போராடிக்கொண்டு வருகிறாள். இவள் அப்பாவின் மகளாக வளர வேண்டும் என்ற கர்வம் கொண்டுள்ளார்.

இவர் பெயர் சன்யக்தா. இவர் தனது எண்ணத்தை கவிதையாக கூறுபவர். இவள் திருவண்ணாமலை மாவட்டத்திலுள்ள கெங்காபுரம் கிராமத்தைச் சேர்ந்தவள். இவள் நாய்களின் மீது அளவற்ற பற்று கொண்டவள். இவள் ஒன்பதாம் வகுப்பு படித்து வருகிறாள். இந்த புத்தகம் இவர் தொகுத்து வழங்கிய புத்தகமாகும். இவள் பத்திற்கும் மேற்பட்ட புத்தகங்களில் துணை எழுத்தாளராக இருந்துள்ளார். இவள் அனைவரின் அன்பிற்கும் அடிமையாகி விடுவாள்

என்னவனுக்காக!

என் இதயத்தின் அழுகுரல் யார் காதுகளிலும்

கேட்கப்போவதில்லை...

நொறுங்கிய இதயத்தின் விரிசலின் வழியாக

உருகிக்கொண்டிருக்கும் என் உயிர்.....

நீ சுவாசிக்கும் காற்றோடு கலந்துவிடும் முன்பு

நீ விட்ட அதே பாதையில் அற்ப நம்பிக்கையுடன்

என்றென்றும் காத்திருக்கிறேன் கண்ணீர் துளிகளுடன்

விலகிச் சென்ற காதலனுக்காக

மோனிகா

உன் நினைவுகளில் நான்

அன்பே உன்னை நெருங்கி வர நினைக்கும் என்

உள்ளத்திற்கு உன் விழிகள் சொல்லும்

மொழிகள் என்னடி.

சற்று வியந்து தான் போனேன் கொஞ்சம்,

ஆனாலும் மெதுவாய் விலகி போனேன் நீ பார்த்த

அந்த ஒற்றைக்கண் பார்வையில்...!

பஞ்சும் நெருப்பும் போல் தானாக உன் நியாபகம்

எனக்குள் பற்றி எரியுது,

இது என்ன புதிதாய் ஒரு உணர்வு என் இதயம்

உன்னை கண்டதும் படபடக்குது..!

சன்யக்தா

இணை ஆசிரியர்கள்

1. அம்ருதா

2. அர்ஜுன் பகத்சிங்

3. அன்பு மட்டும் அருண் .எஸ்

4. அஜ்ம்

5. இ ரா

6. இயற்கையின் காரிகை

7. இளம் கவி வெ கவியானந்தம் BCA

8. இளையகவி மணிகண்டன் தண்டபாணி

9. இளையோன் முத்து

10. எம் மொய்தீன்

11. க. கலையரசி

12. க.அபினேஷ்

13. கரந்தை கவிஞர், புலவர் -எல். செல்வகுமார்

14. கவிஞர் கோகுல் காளியப்பன்

15. கவிஞர்.மு.கோகிலா.

16. கு.ரமேஷ்குமார்

17. சிப.துரைமுருகன்

18. சு. பாத்திமா ஹம்தா (S. FATHIMA
    HUMTHA)

19. சு.சோலைராஜா

20. தாமோதரன்

21. துரை.தேவேந்திரன்

22. பூமிகா பன்னீர் செல்வம்

23. பேசும் கவிதை

24. ம.ர.பிரியதர்ஷிணி

25. மணி

26. மு. மாரிச்செல்வி

27. மோகனப்பிரியா

28. ரஹ்மான்

29. ரா.மகாகிருஷ்ணன்

30. ராஜேஷ்குமார்.ச

31. ரிஹானா நலீம்

32. வெண்பா (தி.தாமரைச் செல்வி)

33. ஹ௦ரீதர்.ரா

34. ஹரிஹரன்.பு

35. tamil_psycho

36. Abdul

37. Akash.S

38. Archana

39. Baskar G

40. D manikandan

41. D.sampath

42. Deva Dharshini

43. Divya. D

44. E. Gayathri

45. estherkannan

46. Ezhil Arasan K

47. G.ELAMARAN

48. GAYATHRI M

49. Gowdami

50. Haripriya

51. Harish S S

52. Hemalatha

53. K Kameshwaran

54. K R P NITHYADEVI

55. K S RAMAKRISHNAN

56. Karthi.R

57. Kavin Kumar.T

58. Kuttyma

59. Lokeshwari

60. Lokeshwari.K

61. Mageshwari

62. MOHAN CP

63. Monika

64. Naveen Kumar

65. NILANI S

66. P. THILAGAVATHI

67. Parthiban.M

68. Ragul

69. Ramesh

70. Ramesh

71. S. BHUVANESHWARAN @SENTAMIZH

72. S.A.Vijay anand

73. S.Leyo theboral

74. S.Mithra

75. Saara

76. Sabina Begam

77. Sangavi

78. Sanyakta

79. Saritha

80. Seenuvasan

81. Shayan Pothannayagam

82. SHRUTHI N V

83. SNEKA. k

84. Sri Dharshini

85. Sri Dharshini

86. Supriya.c.s.k.

87. T.SINDHU KAVI

88. Thenmozhi..E

89. Thilagavathi.B

90. Thiru

91. Thiru

92. Thirupavai.B (திருப்பாவை. பா)

93. U reka

94. Umesh Balaji

95. VASANTHA PRIYA.V

96. Vijayalakshmi

97. Vishnu Kumar

98. Yashita.R

காதல் தோல்வி

காதல் கிணற்றில் கால் தவறி விழுந்தவன்

அவள் கண்கள் வீசிய கயிற்றை

பிடித்துக் கொண்டு கரையேறும் போது

சட்டென்று ஒரு சந்தேகம் வந்தது

வீசப்பட்ட கயிறு தூக்கி விடுவதற்கா?

இல்லை தூக்கிலிடுவதற்கா?

அம்ருதா

நொறுங்கிய நெருக்கம்

காதல் அது கடந்து போகவில்லை
சாரல் துளி கீழே விழவில்லை
மோதல் துயர் திரும்ப பெறவில்லை
சாதல் செயல் இன்னும் வரவில்லை

மனமே தேடி சென்ற தேனீயே
வருடம் முழுதும் வருடும் புன்னகையே
ஆதியும் அந்தமும் அர்த்தமே நீயே
மெய் நிகராய் உணர்ந்த உரைநடையே

வித்தகம் செய்த செய்யுள் நீ
புத்தகம் படிக்க ஆயுள் நீ
நித்திகம் போல நாவாள் நீ
வையகம் தாண்டிய பொருள் நீ

அர்ஜுன் பகத்சிங்

காத்திருப்பு

ஓர் சுகம் நித்தம் நித்தம் உன்னை நினைக்கையில்

 என் நித்திரை தொலைந்து போகிறேன்

நிம்மதியாக என்னை உறங்க விடு

இல்லையெனில் என் இரவுகளை

 பகலோடு சேர்த்து விடு

நீ இன்றி தவிக்கிறேன்

அந்த ஏக்கத்தில் நானும் துடிக்கிறேன்

ஒரு முறை என்னுள் சேர்ந்து விடு

என் ஏக்கத்தை நீயும்

 தீர்த்து விடுவாய் பேசா பிள்ளையடி

உன் இதய வாசல் தேடி வந்தேனடி

உன் மனம் எனும் பூட்டை கொண்டு பூட்டாதே

என் மனதை நீயும் கொஞ்சம் வாட்டாதே

துடி துடிக்கிறேன் துவண்டு போகிறேன்

 கண்மணியே உன்னை காணாமல்

அன்பு ♡ மட்டும் அருண்

என் நினைவிருந்தால் திரும்பி வா

உயிரே நீ போகும் வழி எங்கும் எந்தன் மனமே

உன்னை தொடர்ந்து வருகிறதே.... !!

தினம் தினம் நேரில் உன்னை

காணும் வரைக்கும் என் கண்ணில்

இல்லை இனி தூக்கம்

உன்னை பார்க்க வில்லை என்றால் எனக்கு ஏக்கம்

உனை ரசிக்க விழிகளுக்கு ஊக்கம்

என்னவளே என் இதயத்தை பறித்தவளே

மொதுவ வந்து

எனக்குள்ளே காதல் எனும் மூன்று எழுத்தை

செதுக்கியவளே என் காதலியே

அஜீம்

என் நினைவிருந்தால் திரும்பி வா

நீ பசித்து இருக்கும் வேலையிலும்

பாவைபோல் ஆனதை மறந்து விட்டாயா..?

நீ நிலவை இரசிக்கும் பொழுது நினைவை இழந்ததை மறந்து

விட்டாயா?

நிற்கதியாய் நான் நினக்காய் நிற்கையில்

நீ நில்லாமல் போனதை மறந்து விட்டாயா...

நின்மடியில் நாட்களிலும் நிசப்தமான நாட்களிலும் நிச்சயமாய்

நடக்குமென கூறியதை மறந்துவிட்டாயா?

நிலையில்லா உலகில் நீ நான் வாழ்வோமென வார்த்தைகள்

வார்த்ததை மறந்து விட்டாயா? நீளமான நாட்களாக எனக்கு

இருக்க நினைவுகளால் தவிக்கிறேன் உன்னால்.....

நினைவு இருந்தால் திரும்பி வா......

இ ரா

என் நினைவிருந்தால் திரும்பி வா

ஏமாற்றும் இவ்வுலகில் என்னையும்

ஏமாளியாக்கி விட்டது இந்த காதல்...

புன்னகைக்க தெரிந்த என் உதட்டிற்கு

சோக சாயம் பூசி விட்டது...

பசுமையாய் இருந்த என் வாழ்வையும் வெறுமையாக்கி

விட்டது...

தூய்மையான என் அன்பை பொய்யென மாற்றி விட்டது...

நித்திரை தொலைத்தவளாய் தினமும்

இங்கு அவனின் நினைவோடு

தனிமையில் உறவாடுகிறேன்...

மறைந்த என் காலங்களை மீட்டெடுக்க

முடியாவிட்டாலும்...

முயற்சி செய்து மாற்றியமைக்க விரைகிறேன்..

நீயாக என் அன்பினை உணர்ந்து

வரும் வரை வாழ்வேன்

நீ தந்த வலிகளோடு..

இயற்கையின் காரிகை

கலங்கிய மனம்

காதலித்தேன் பெண்ணை கைவிட்டால் என்னை!

கலங்கியது என் மனம் பாடையில் மிதந்தது என் பிணம்!

நான் அவளுடன் பேசியபோது என்னை மறந்தேன்!

பேசியதை நிறுத்தினேன் அவள் என்னையே மறந்தால்!

இதயத்தில் ஏதோ ஒரு வலி முள் குத்தியது போல்!

குத்தியது முள் அல்ல அவளின் சொல்!

நிஜம் எல்லாம் நினைவானது

நினைவெல்லாம் என்னுள் இருந்தது

உன்னுள் இருந்தால் திரும்பி வா!

இளம் கவி வெ.கவியானந்தம்

என் நினைவிருந்தால் திரும்பி வா

பேருந்தின் கடைசி இருக்கையில் நீயும்!
இடமில்லாமல் படிதனில் தொங்கியப்படி நானும்!
பார்வை பார்க்க ஏங்கியபடி என்விழி!

பார்ப்பது தெரிந்தும் காணாத உன்விழி!
நெஞ்சத்தை தூதுவி நெருங்கிய என்னிடம்!!
நேசக்கரம் நீட்டிவிட்டு நினைவில்லாமல் சென்றவளே!!!!!
நீ சென்றபின்பும் உன் நிழல் தேடி!!
நீங்காத அன்புடன் நிற்கிறேன் சாலையிலே!!

கணநேர காட்சி தந்து காணாமல்போனவளே!!?!
காத்திருக்கும் காரணம் அறிந்து கொண்டு!!
திசையெங்கும் தேடுகிறேன் திகைப்பூட்ட!!!!!!
என் நினைவிருந்தால் திரும்பி வா!!!!!

இளையகவி மணிகண்டன் தண்டபாணி

நினைவு நாள் கடிதம்

கண்மணியே எங்கே இருந்தாய் அடி

நான் மண்ணில் பிறக்கையில்

காற்றும் நீருமாய் காலம் முழுவதும்

என்னுள் நீ இருக்க வேண்டும்

எப்போது உன்னைக்கண்டனோ

அப்போதே என்னை மறந்தேன்

காலங்கள் பல கவிகளை எழுதலாம்

அதில் உன் கவி மட்டுமே சிறப்பு

உன் பெயரை உச்சரிக்கும் போது தான்

இனிப்பின் சுவை நான் அறிந்தேன்

உன் முகம் பார்க்கும் போது எல்லாம்

கர்வம் கொள்வேன்

பிறைநிலாவை பார்த்து

உன்னை விட என்னவள் அழகு என்று

சில கன்னியர் முகம் கடக்கும் போது

உன் முகம் காண்பேன்

அக்கன்னியரின் ஏதோ ஒன்று

உன்னை நினைவு படுத்துவதால்

காதலை உணர வைத்தவள் நீ

அழகை ரசிக்க கற்க வைத்தவள் நீ

ஞானம் ஆணிடமும் உண்டு என்று

அறிய வைத்தவள் நீ

எனது துடிப்பும் சுவாசமாய் நீ என்னுடன் பயணிக்க வேண்டும்

எனது இறுதிப்பயணத்திலும் உன்னுடன் மட்டுமேபயணிக்க

வேண்டும் என காத்திருக்கிறேன்

என் நினைவு இருந்தால்திரும்பி வா இல்லையேல்

என் நினைவு நாள் கடிதம் உன்னை வந்து சேரும்

கவிஞர்: "இளையோன் முத்து"

என் நினைவிருந்தால் திரும்பி வா

உண்மையால் இருப்பதால் அதிகம் காய படுகிறேன்

பொறுமையாய் இருப்பதால் சோதிக்க படுகிறேன்

உரிமை இருப்பதால் அதிகம் கவலைப்படுகிறேன்

உறவாய் இருக்கை பிடித்ததால் நினைவுப்படுத்துகிறேன்

புரியாத பிழைகளோடு பிழைத்துக் கொண்டிருக்கிறேன்

நீ விட்டு சென்ற பாதையில்

சவால்கள் நிறைந்த பாதையாய் வாழ்கிறேன்

உன்னை நினைத்து கண்ணீரோடு இருப்பேன்

கண்ணீரைத் துடைக்க நீ வருவாயா

கண்ணீரை கனவாக அழைக்கிறேன் கலைக்காதே

திரும்பி வரும்வரை இதுதான் துணை

என் நினைவோடு திரும்பி வா

கவி தேடல் எம் மொய்தீன்

தொலைந்து போன காதலில் நான்

கண் முன்னே கடக்கும்

காதல் கூட்டங்களுக்குள்

நான் மட்டும் தனிமையுடன்

பொறாமை ஏதும் இன்றி

ஓராமை போல் நகர்கின்றேன்..

நீரற்ற கிணற்றில் வாழும்

மீனும் நான்

நிழலற்ற நிலத்தில் வாழும்

மானும் நான் நீயற்ற நிமிடங்களில்...

தன்னை சற்றும் கண்டுகொள்ளாத நிலவு ...

தன்னை காதலிப்பதாக நம்பும் கவிஞன்..போல....

சூரியன் எட்டாத தூரம் என்று புரிந்தும்

எட்டிபிடிக்க வீண் முயற்சி எடுக்கும் பறவை போல...

தொலைந்து போன உன் காதலுக்கு நான்...

கலையரசி

திரும்பிய போது அவளின் சுவடுகள்

வரிகள் அற்ற நிலையில் மன்றாடி கேட்கிறேன்

அவளின் நினைவுகளிடம் எனக்கு வலிகள்

மிகுந்த வரிகள் தருமாறு அளவில்லாத அன்பை

அள்ளித் தந்த போதும் சினம் கொண்டு என் சிறு இதயத்தை

சின்னாபின்னமாக ஆக்கியது எனோ...?

என் காதலின் ஆழத்தை எழுத நினைத்த போதுதான்

தெரிய வந்தது தமிழ் இலக்கணம் போதாது என்று...

என்னிடமிருந்து எல்லாவற்றையும் எடுத்துக் கொண்டவள்

என்னை மட்டும் தூக்கி எறிந்தது ஏனோ....?

எனது அன்பின் ஆழம் புரியும் போது

என் நினைவிருந்தால் திரும்பி வா...

க.அபினேஷ்

காயச்சுவடு

காதல் எனும் கடலில்

மூழ்கி முத்தெடுக்க முனைந்தேன்

காலமென்னும் கட்டுமரம் கவிழ்ந்ததில்

கண்ணில் என்றும் அழியா காட்சியாய் அவள்

காலம்கடந்து -என் காதல் வாழவில்லைத்தான்

கலங்கரைவிளக்காய் -என்

காதல்காவியம் உரைக்கும்

காதலர் யாவர்க்கும் காதலோரு அழியாத

காலச்சுவடல்ல-அதுவொரு காயச் சுவடென்று

கரந்தை கவிஞர், புலவர்-எல். செல்வகுமார்

என்னவளின் சிக்கனம்!

தேடிய போதெல்லாம்

எல்லாம் கிடைத்துவிட்டால்

அமிர்தம் கூட அலுத்து போகும் என்று

எண்ணியதாலோ

என்னவோ

இப்போதெல்லாம்

என்னவளின் வார்த்தைகளில் அடிக்கடி

சிக்கனம் சுருக்கம் அதிகமாகிக்கொண்டே போகிறது

அவ்வப்போது வரும்

ம்ம் இந்த பதில்களை மட்டும் பஞ்சமில்லாமல் பரிசளிக்கிறாள்!

ஆம் என்னவளின் சிக்கனம் அவள் வார்த்தைகளில்...!

கவிஞர் கோகுல் காளியப்பன்

என்னோடு பயணிக்கிறாய்

மாலை மங்கும் நேரம் உயிரினங்கள் தங்களின் இருப்பிடம்

சென்றடைய நானும் சென்றடைகிறேன் ......

உந்தன் விரல்கள் கோர்த்து சாலையோரம்

நடந்து சென்ற நிமிடங்களுடன் !....

பேருந்தின் இருக்கையில் இடைவெளியில்லாமல்

இறுகக்கட்டிக்கொண்ட கணங்களுடன் !....

நீ தந்த இதழ் முத்தத்தின் ஈரம் காயாத நினைவுகளுடன் !....

இருவரும் கண்சிமிட்டாமல் விழிகளால் பேசிக்கொண்ட

பொழுதுகளுடன் !....

பிரிந்து செல்லும் நொடியில் விழிஓரம் கண்ணீர்த்துளியும்

இதழோரம் சிறுபுன்னகையும் வழியனுப்ப

பிரிந்து செல்லும் வலியோடு

எட்டுவைத்து நடந்த நொடிகளுடன் !....

வார்த்தைகளால் சொல்ல முடியாத

சொல்லில் அடங்காத

உன்னுடன் கழித்த பொழுதுகளை

எண்ணிப் பார்த்துக்கொண்டே

எனையே மறந்தபடி நான் பயணிக்க

உந்தன் நினைவுகளாய்

என்னோடு பயணிக்கிறாய் .....

என்னவனே !

rakithy உன்னவள்

(கவிஞர்.மு.கோகிலா.)

அவளுக்காக காத்திருக்கின்றேன்

நினைவுகள் எந்தனிடத்தில் நீங்கா இடம் பிடிக்கின்றதே.!!

நினைக்கின்ற உன்னை எந்தனிடத்தில் இருந்து பிரித்திட

முடியவில்லையே.!!

இன்பத்தை பகிர்ந்தளித்து இன்பத்திற்கே இன்பமும்

சேர்த்தாயே.!!

துன்பத்திலும் என்னை துவண்டு விடாமலே காத்தாயே.!!

கவலைகளை கலைத்து காயங்களையும் ஆற்றினாயே.!!

காற்றாய் மாறியே எந்தனிடம் பேசி சென்றாயே.!!

பேசிய நாட்கள் எல்லாம் பேசாத உந்தன் மௌன மொழியால்

என்னை கொல்லுகின்றதே.!!

பூத்து குலுங்கிய பூந்தோட்டமும் புன்னகையின்றி உந்தன்

நினைவலைகளை சுமக்கின்றதே.!!

இளைப்பாறுகின்ற இருக்கையும் உந்தன் வருகை கண்டே

காத்துக்கிடக்கின்றதே.!!

காத்திருப்பதும் ஒருவித சுகமே.. என்று அதுவும்

உணருகின்றதே.!!

காலங்கள் கடந்தும் நினைவுகள் என்றும் நிலைக்கின்றது -
அழியா சுவடுகளாய்...
அன்பில் தொடங்கி அன்பிலே இணைந்திட நினைத்தேனே.!!
அன்பை கொடுப்பது போல கொடுத்து அள்ளி கொண்டு

சென்றுவிட்டாயே.!!
எந்தன் நினைவுகள் உன்னிலே முட்டிமோதிடுமே.!!
காலங்கள் கடந்தாலும் காத்திருப்பேனே.!!
எந்தன் மீது உந்தன் அன்பு உண்மையானால் உயிரையும்
உன்னிடம் கொடுத்திட தயாராய் இருக்கின்றேனே.!!
விரைந்து வந்திடு.!! நினைவுகளோடு கடந்திட மனமும்
புலம்புகின்றது.!!

 கு.ரமேஷ்குமார்

என் நினைவிருந்தால் திரும்பி வா

நான் வரும்போது என்னை விரும்பாதவர்கள் தான் அதிகம்!

ஆனால் எனக்காக உயிர் எடுப்பவரும் உண்டு!

எனக்காக உயிர் கொடுப்பவரும் உண்டு!

என்னால் உலகத்தை இழந்தவர்களும் உண்டு!

என்னால் உலகத்தை வென்றவறும் உண்டு!

என்னை ஏற்று கொள்ளாதவர்களுக்கு வாழ்க்கையில் பல

ஆபத்துக்கள் மட்டுமே காத்திருக்கும்!

என்னை ஏற்று கொண்டவர்களுக்கு வாழ்க்கையில் பல

அற்புதங்கள் மட்டுமே காத்திருக்கும் அற்புதங்களை

அனுபவிக்க என்னை ஏற்றுக்கொள்ளுங்கள்!!!

இப்படிக்கு... காதல் தோல்வி.

சிப.துரைமுருகன்

நீ இல்லாமல்!

நினைக்கவும் முடியாமல்

உனை மறக்கவும் முடியாமல்

நான் தினந்தினம் தேடும்

வலிகளில் என்னை

மீட்கவும் முடியாமல்

வரும் துயரினில் எந்தன்

கண்ணீர் துளிகளை

மறைக்கவும் முடியாமல்

நடமாடவும் முடியாமல்

உயிர் வாழவும் முடியாமல்

நான் தேய்பிறையாகக் கரைகிறேன்

உன்னை நீங்கிட முடியாமல்!

சு.பாத்திமா ஹம்தா (S. FATHIMA HUMTHA)

அரும்பி வா திரும்பி வா

நித்தம் புதிய கனவுகளுடன் புத்தம் புதிய பார்வையுடன்

பித்தம் பிடித்துத் தவிக்கிறேன் சித்தம் கனத்து நிற்கிறேன் !

எந்தன் எண்ணக் கூட்டில் எழுந்தவளே

வண்ணப் பாட்டில் விழுந்தவளே !

நான் கவியில் விதைத்த ராகங்கள்

உந்தன் கண்ணில் துளிர்த்த சோகங்கள் !

நான் எழுத்தில் வடித்த ஓவியங்கள்

உந்தன் மனத்தில் துடித்த காவியங்கள் !

காதல் வானில் பறக்கிறேன் சாதல் என்றே துறக்கிறேன் !

உந்தன் நினைவால் நிற்கிறேன்

உனக்காய் நாளும் தோற்கிறேன்

எந்தன் இதயத்தில் மீண்டும் அரும்பி வா -

நினைவில் நீயும் திரும்பி வா !

சு.சோலைராஜா

நெகிழும் நெகிழிக் காதல்

அழிவில்லா நெகிழிகளாய் ஆழ்மனதில் புதைந்து

அழகெல்லாம் நெகிழ்ந்தோடும் அவள் நினைவுகள்

அளவில்லா ஆசைகளை ஆணிவேரில் கொய்து

அணுவெல்லாம் அவிழ்ந்தோடும் அவள் கனவுகள்

அலையில்லா நிலையாகிய ஆழ்கடலில் நுழைந்து

அவ்விரவெல்லாம் அலைந்தாடும் அவள் சுவடுகள்

அழைப்பில்லா நிகழ்வாகிய ஆசந்தியில் கடந்து

அழனெல்லாம் அருள்தேடும் அவள் அந்தங்கள்

அழலில்லா அனலாகிய ஆதங்கத்தில் எரிந்து

அவனியெல்லாம் அழித்தாளும் அவள் பந்தங்கள்

அனைந்தாலும் காற்றோடு கரையாத கரிமப்படிமங்கள்

அந்தக் காதல் நெகிழிகள்!!

தாமோதரன்

காதல் தோல்வி

மறக்க முடியாத நினைவுகள் தந்தவளே

ஒரு காலத்தில் அவள் சிரிக்க குழந்தையாய் மாறுவேன்

அவள் அழுதால் தந்தையாய் மாறுவேன்

சின்ன பரிசுகளில் சிலிர்க்க வைப்பேன்

எட்டி விலகும் பொழுது கண்கள் குளமாகும்

விரும்பி வரும் பொழுது தேகம் புதிதாகும்

உலகம் முழுவதும் அவள் தான்

அவள் வருகைக்கு காத்திருக்கும் பொழுது கால்கள் வலிக்காது

அவள் நேரம் தாழ்த்தி வந்தால் கோபம் இருக்காது

அவளுக்கு ஒன்றென்றால் என் உயிர் தாங்காது

அவள் போதும் அவள் மட்டும் போதும்

வேறேதும் இல்லை அவளை விட பெரிய உலகம்

என்றிருந்தேன்

ஆனால் சென்றுவிட்டால் நீ எனக்கு வேண்டாம் என்று

உதறிவிட்டு வேரின் தாகம் நீரால் போகும்

ஆனால் நீரின் தாகம் யாராலும் அறிய முடியாது

அதேபோல் அவளால் பட்ட காயங்களுக்கு

ஆனால் அவள்தான் வேண்டாம் என்று

இருப்பினும் அவள் மீண்டும் வருவாளென

அவள் நினைவுகளுடன் நான்....

துரை தேவேந்திரன்

மறதியிலும் நீயே

உன் நினைவின்றி வாழ முடியுமா என்று

ஐயமிட்ட நாட்கள் போய்...

முடியும் என்று பழகிக் கொண்டிருக்கும் நேரத்தில்...

மழைக்கு முன் வரும் சிறு தூறலைப் போல்....

இன்பமாய் நீ வந்து மண்வாசமாய் என் மனதுக்குள்

நுழைந்தாய்......

ஏனோ தெரியவில்லை என்னால் முடியவில்லை....

உன்னுள் வாழவும் முடியாமல்...

உன் நிழலில் இருந்து விலகவும் முடியாமல்....

மனதிற்குள் புதைத்து வைத்திருகிறேன்......

பூமிகா பன்னீர் செல்வம்

நீ மட்டும் போதும்

நொடி பொழுது நகர மறுக்கிறது உலகமே சுழன்றாலும்...

ஓசையற்று போகுதே உன் குரல் எட்டாத நாட்கள்...

தொட்டால் சிணுங்கியாச்சு நீ தொடாத நாட்கள்.....

அல்லும் இனிக்கலயே, பகலும் மலரலயே பாவை பார்க்காது...

வெறுமை வேட்டையாட வேல் பாய்க்குதே நெஞ்சில்...

மன்றாட தேவையில்லை மனதோடு பேச...!!!

கனவிலும் காத்திருக்கிறேன் உனக்காக

கலக்கம் வேண்டாம் கைகோர்க்க வா...!!!

பேசும் கவிதை

என் நினைவிருந்தால் திரும்பி வா

வருகின்ற காலம் எல்லாம் அன்பே

உனக்கான நாட்கள் ஆகிட வேண்டும்

அன்பே அத்தனையிலும் உன்னுடனே

எனது நாட்கள் கடத்திவிட வேண்டும்

கொல்லை இன்பம் நீ கொட்டி கொடுத்த

பின்னும் கலைந்த தேன் கூட்டில் வடியும்

தேன் பாகு சுவையை இரசிக்கும்

நாவை போல உனது அன்பை

எனக்குள் நீ தந்திட வேண்டும்..

எனதன்பை அழித்திட வழி கிடைக்க

கூடாதென்றே மையினால் வரைந்துவிட்டேன்

அழியும் உடலாயினும் எனது அழியாத

நினைவுகளாய் நீயாகிட வேண்டும்

ம.ர.பிரியதர்ஷிணி

அவளைத் தேடிய மனம்

அவளைத் தேடியே

வீசிய தேனிலவாய்

இன்முகம் பார்க்கையில்

நிழலின் பகல் நிலவாய்

அவள் என்னைப்பிரிகையில்

என் மனம் வாடியது

தினமும் தேடுகின்றேன்

நேரங்களாய் ஓடியது

மின்மினி பூச்சிகளாய்

உன்னோடு நான் சேர

என்மனம் காத்திருக்கிறது

உன்னோடு பசியாற

மணி

வலி நிறைந்த இதயங்களோடு

நான் நானாய் ஒரு வழியில் நடக்க....

நீ பாதையாய் என்னோடு வந்தாய்!

சிரிப்புகளுக்கு அர்த்தம் என்னவென்று கேட்க..

புவியையே புன்னகையால் மாற்றி தந்தாய்!

மௌனம் கொண்டு மண்ணில் நடக்க...

மணிக்கணக்காய் வார்த்தைகளைப் பேசும் நாளாக மாற்றி

தந்தாய்! சிந்தனைகளில் பல எண்ணங்கள் ஓட...

என் சிந்தை முழுவதும் நீயே வாழும் காலமாய் மாறியது!

கண்ணீரால் பல தருணங்கள் நான் வாட....

காலம் முழுவதும் சந்தோஷங்களால் நிரப்புவேன் என்று

என்னுள் நுழைந்தாய்!

நடந்த மெய் எல்லாம் பொய் என்று உணர்த்திவிட்டு

துண்டுகளாக தூவ விட்டு போய்விட்டாயே!

மு. மாரிச்செல்வி

குட்டிக்கவிதையாழினி

காதல் தாகம்

உனக்கானவளாய் ஒவ்வொரு முறையும்

உன்னருகில் வந்து

நிற்கும் பொழுது

காலமும், சூழ்நிலையும்

உணர்த்தி விடுகிறது

கானல் நீர் என்றும்

என் தாகத்தை

தணிக்காது என்று,

ஆனாலும் ஏங்குகிறேன்

என் காதல் தாகத்திற்கு நினைவு நீராய்

நீ இருக்க மாட்டாயா? என்று....

மோகனப்பிரியா

என் நினைவிருந்தால் திரும்பி வா

அவளில்லா தருணங்களில் நிழல் உலகத்தினை

துணை கேட்கின்றேன்...

அவள் வாழ்ந்த சுவடுகளில் தேடிப் பார்த்திடுவேன்... !!!

அவளின் அழகிய நினைவுகளை...

என் நினைவிருந்தால் திரும்பி வா....!!!

உறங்கிடா இரவுகளும் எனை உற்றுப்பார்க்கும்...!!!!

அவளில்லா இத்தருணம்எப்படி உறங்கிடுவான் யன்று...????

தனிஅறையில் இன்று....

வெறிச்சோடி போகிறது எனது இதயமும் கூட...!!!!

நினைவலைகளில் ஆட்கொண்டவளே.....!!!

உனக்காய் நான் நித்தமும் காத்திருக்கின்றேன்....

குருதியும் சிந்திட காத்திருப்பேன் வா.... எனதழகே....!!!

ரஹ்மான்

என் நினைவிருந்தால் திரும்பி வா...

அத்தமக நீ இருக்க மத்தவங்க எதுக்குனு மனசுக்குள்ள நீதானே
ராசாத்தி!!!

அன்பா இருக்கும் ஆத்தா வையும் அரவணைக்கும்

அப்பாவையும் விட்டுட்டு பட்டணத்துக்கு படிக்க போனியே
ராசாத்தி!!!

ஆசை மாமா கனவுல அனுதினமும் நீ வந்து ஆசை முத்தம்

தந்தியடி அத்த மக ராசாத்தி!!!

பல நாள் கழிச்சி பக்குவமா நீ வந்த பார்த்ததுமே

கண்டுபிடிச்சிட்டேன் நீதான் என்னோட ராசாத்தினு!!!

கண்டுக்காம போறவளே மூச்சடக்கி நின்னவளே என் நினைப்பு

இருந்தா திரும்பி வா ராசாத்தி !!!

ஆசை மாமன் காத்திருக்க கருவாச்சி உன் கரம் பிடிக்க !!!

ரா.மகாகிருஷ்ணன்

நினைவில் ஊறிய மனது

கண்கள் இரண்டும் கண்ணீர் சிந்த, கையெழுத்தாய் கரைகிறது

என் வலிகள்.

நான் கொடுத்த ரோஜாவும் சோஷத்தில் மாய்ந்துபோக,

மதிகெட்ட நானோ இன்னும் அவள் மயக்கத்தில்.

இலையை தொலைத்த மழை துளியாய் நான்,

கீழிருந்து உன்னை காண்கிறேன் ஏக்கத்தோடு.

காலங்கள் பல கடந்து போனாலும்,

அவள் ஞாபகம் என் நெற்றிப் பொட்டில்.

கவிதை வரிகளை வரைகிறேன்,

அவள் நினைவு துளி வற்றிப்போகும் என.

ஆனால், தினம் தினம் ஊற்றெடுக்கிறது,

அவள் நினைவில் ஊறிய மனது.

ராஜேஷ்குமார்.ச

என் நினைவிருந்தால் திருப்பி வா

என் நினைவிருந்தால்

திரும்பி வா... !

என் நினைவெல்லாம்

நீ என்பதாலே...

உன் உணர்வுகளோடு

உயிர் வாழ்கின்றேன்..

நீ பார்த்து சிரித்த

போது...

என் சிந்தனை

சிதைந்து போனது...

பாஷைகள் மொழியின்றி

சிலையாகி போனேன்...

உன்னோடு வாழ்ந்த

நொடிகள் போதும்...

மண்ணோடு உள்ள

காலம் வரை...

உன் நினைவுகளோடு

உயிர் வாழ்வதற்கு...

உன் ஞாபகங்கள்

என்றும் நீங்காது...

நீ வரும் வரை பூத்திருப்பேன்...

உன்னோடு நான்

சேர காத்திருப்பேன்...

என் நினைவிருந்தால்

திரும்பி வா...

ரிஹானா நஸீம்

நீயின்றி

நீயில்லா உலகம் விடியாமல் இருண்டு போனது,

நித்தம் உன் நினைவு நிலைத் தடுமாறச் செய்தது.

மெழுகாய் உருகுகின்றேன் நீயின்றி,

ஏதோ தவிக்கின்றேன் நிம்மதியின்றி.

புன்னகையோடு இருந்த நான்- உயிரற்ற வெற்றிடமாய்,

மாறிப் போனேன்.

முகம் பார்க்கத் தவிக்கிறேன்...

முழு மனதாய் ஏங்குகிறேன்...

நீயின்றி வாழ்வேது?

என் வாழ்வில் உயர்வேது?

உனக்காய் காத்திருக்கின்றேன்!!!

என் நினைவால் மீண்டும் வருவாயென...?

வெண்பா (தி.தாமரைச் செல்வி)

மலர் மட்டும் மாயதிலே

மலர் ஒன்று மொட்டும் முன்னே

இரவெல்லாம் தீண்டும் கண்ணே

மலர் மட்டும் ஏனோ மாயத்திலே .

விழிமூடி போகும் முன்னே

வழி வரும் உன்னை கண்டு

இமை ஒன்று தோற்காதோ பூமியிலே.

எழுத்தென்று தொடாமல் தொட்டு

சேராமலே, உணர்ந்தேனடி நீ வந்து

சேர்த்த பின்னே வரி ஆனதே .

எந்நேரம் என்று தெரியாமலே

வருவேனே உனை காணவே

வலிகள் மட்டும் எனது கண்ணிலே.

விதை ஒன்று விதைத்தேனடி

விழுங்காமலே என் வினாக்களும் இங்கே பதிலானதே.

ஸ்ரீதர்.ரா

என் நினைவிருந்தால் திரும்பி வா

அரைமணி நேரத்தில்

பேருந்து வந்துவிடும் ;

தாமதித்தாலும் நல்லது தான் ;

நீ வருவாயா என

சாலைகளை அலசுகிறேன் ;

ஏமாற்றத்தின் நெரிசல்களே மிஞ்சும் ;

சாமரம் வீசும்

தென்றல் காற்றில்

உன் தீண்டலின் பிம்பங்கள் ;

சேதி ஏதும்

சொல்ல வருகிறதா ?

கார்மேகம் நிலைத்தும்,

தூரல் கூட இங்கு இல்லை ;

கன்னத்தை

நனைக்கும் ஈரப்பதத்தில்

உன் முத்தத்தின் ஞாபகம் ;

ஒன்றாக நடந்த

கணங்கள் கண்முன் விரிகிறது ;

சாட்சிகளாக நிற்கும் காட்சிகள்

ஏதோவொரு

மீள் நினைவுகளில்

மாற்றங்கள் நிகழலாம்;

காதலில்

கசிந்துருகிய நாட்களை

விட்ட இடத்தில் தொடரலாம்

ஹரிஹரன்.பு

காதல் தோல்வி

என் மனமெனும் சிப்பிக்குள்

முத்து போல்

சேமித்து வைத்தேன்

அவளின் நினைவுகளை

என் வாழ்க்கை பிரகாசமாய்

ஒளிரும் என்று நம்பிருந்தேன் ஆனால் இன்றோ,

நான் சேர்த்து வைத்த

நினைவுகள் எல்லாம்

என்னை சேதப்படுத்துகிறது

மூன்று பங்கு

தண்ணீர் இருந்தும்

இந்த உலகம்

தாகத்தால் தவிக்கிறதே!

இதயம் முழுக்க காதல் இருந்தும் - நீ

இல்லாமல் வலிக்கிறதே!

tamil_psycho

என் நினைவிருந்தால் திரும்பி வா!

இன்னும் எத்தனை காலம் தான் நான் தனித்திருப்பேன்?

உன்னை எண்ணியே தினம் இரவிலே நாள் அனைத்திலும்

விழித்திருப்பேன்...! பார்வை மொழிகள் மட்டும்தானோ

என்றும் நமக்கு? உன் நினைவுகள் என்னுள் ஊறிப்போனது

பின் வீண் யோசனை எதற்கு? நான் படும் வேதனை உனக்கும்

இல்லையோ? ஒரு வேளை நான் உன் மேல் கொண்ட காதலை

நீ அறியவில்லையோ...! நீ என்னை கண்டும் காணாமல்

அலைக்கடிக்கிறாய் என் காதலை உணராமல் உன் வீண்

பிடிவாதத்தால் வீணடிக்கிறாய்...! நீ நாளை மாறுவாய் என்ற

நம்பிக்கையில் தினம் நான் வாழ்கிறேன் என் வாழ்க்கையின்

நாட்களை உன் நினைவுகளோடு நான் கழிக்கிறேன்...!

Abdul

காதல் தோல்வி

" இமைகள் உரசி

காதோடு கவி பேசி "

" கை விரல் பிடித்து கன்னங்கள் பிசைத்து "

" இதழ் விரித்து

மனம் திறந்து"

"உடல் வேர்த்து

காமம் வெறுத்து "

"முழங்கால் சிணுங்க

நான் உன் பாதம் படித்த "

நம் அழியா அழகிய நினைவுகளை

மீண்டும் உயிர்பிக்க

எனை நாடி நீ திரும்பி வருவாயா!

Akash.S

என் நினைவிருந்தால் திரும்பி வா

கண்ணாடிப் பெட்டிக்குள் மீன்களைப் போல
உன்னையே சுற்ற வைத்தாய்!
பெட்டிக்குள் அடைத்த பாம்பை போல
மகுடி ஊதி ஆட வைத்தாய்! இன்னும் இன்னும் எத்தனையோ
என் நெஞ்சமெல்லாம்

நிறைந்து நின்றாய்!
நினைத்துக் கூட பார்க்கவில்லை
நீ நிஜயாகவே பிரிந்துவிட்டாய் என்று!

Archana

காதலால் மெலிந்தேனடி காதல் தோல்வியால் விழுந்தேனடி

என்னை விட்டு நீ சென்ற நொடி எல்லாம் பாசக்கயிறு என்னை
பற்றி கொண்டதடி
நீ பேசிபோன வார்தையெல்லம் என் நெஞ்சை கில்லுதடி
அன்பே
ஏன் அடி என்னை விட்டு சென்றாய் என் அழுகையை உன்
பாதங்களில் நனைப்பதற்கா
இல்லை என்னை ஏங்க வைப்பதற்காகவா
இல்லை முன் ஜென்ம போரா
ஏனடி என்னை விட்டு சென்றாய்
காத்திருந்தேன் உன் பேச்சை எனது காதோரம் கேட்க
ஏங்கிகொண்டிருந்தேன்
நீ என்னை திரும்ப ஏற்க மாட்டாய என்று
தாங்கி கொண்டிருந்தேன் உன்னோட தாகம் தீர்பேன் என்று
அன்பே நீ வருவாய் என

Baskar G

58

என் நினைவிருந்தால் திரும்பி வா

கண்களால் கதைபேசியது நினைவிருந்தால் திரும்பி வா

கனவிலும் காதல் கவிதைகள் சொல்லியது நினைவிருந்தால்
திரும்பி வா

உறங்கும் நேரத்திலும் உறக்கமில்லாமல் இருந்தது
நினைவிருந்தால் திரும்பி வா

உள்ளத்தில் உன்னையும் உணர்வில் என்னையும் நினைத்து
இருந்தது நினைவிருந்தால் திரும்பி வா

கடற்கரையில் பெயர் எழுதி அலை அழித்திட அழுதது
நினைவிருந்தால் திரும்பி வா

மரத்தில் பெயர் செதுக்கி மகிழ்ந்தது நினைவிருந்தால் திரும்பி
வா ரூபாய் நோட்டில் பெயர் எழுதி அதை தேடி அலைந்தது
நினைவிலிருந்தால் திரும்பி வா

காலை எழுந்ததும் உன்னை கண்ட நொடியில்

கண்களில் நீர் ஓடியது நினைவிலிருந்தால் திரும்பி வா

ஒரே சுவாசத்தில் இருவர் உயிர் வாழ்வது

நினைவிருந்தால் திரும்பி வா
என் நினைவில் நீயும் உன் நினைவில் நானும் வாழ்வது
நினைவிருந்தால் திரும்பி வா
உன் நினைவோடு உயிரில்லாத உடலாய் வாடுவது
நினைவிருந்தால் திரும்பி வா

டி. மணிகண்டன்

என் நினைவிருந்தால் திரும்பி வா!

உன் ஓரவிழி பட்டதுமே பட்டமரம் துளிர்த்ததடி!

என்னுள்ளே ஏதேதோ உணர்வாலே சிலிர்த்ததடி!

வணிகனின் கடை ப் பாலில் காணாத புத்துணர்வை . ,

வள்ளுவன் கடை(சி)ப் பாலில் தானாக உணர்ந்தாலும். ,

பருவத் தூண்டலெனும் பழிச்சொல்லில் வீழாமல். ,

வரம்பினை வகுத்து நாம் வரையறைக்குள் மகிழ்ந்ததெல்லாம். ,

காகித ஓடமாச்சு! கானல் நீராச்சு! விரக்தியின். ,

விளிம்பிலே விழிகசிந்தனை நிலையாச்சு! தோள் கொடுத்த

தூயமனம் தேள் கொடுக்காய் மாறியதேன்.? காரணம்

புரியாமல் மனசெல்லாம் ரணமாச்சு! கவிதையின்

கருப்பொருளே! தத்தளிக்கும் என்னிதயம் தனலிலே

கருகுமுன்னே தடையறுத்து தடம்பதிக்க என் நினைவிருந்தால்

திரும்பி வா!

D.sampath

என் நினைவிருந்தால் திரும்பி வா

உன்னை மறந்து விட்டதாக இன்னும் எத்தனை நாட்கள்

நினைத்துக் கொண்டிருப்பேன்? உன்னை பிரிந்து

விடுவதற்காக இன்னும் எத்தனை காயங்கள் சுமந்து

கொண்டிருப்பேன்? இதயத்தின் பெரும்பகுதி ரத்தத்தால்

மட்டுமல்ல!
சில நேரங்களில்
துக்கத்தாலும் நிறைகிறது! காதலின் பெரும்பகுதி சிநேகத்தால்
மட்டுமல்ல!
சில நேரங்களில் மௌனத்தாலும் நிறைகிறது!

Deva Dharshini

நினைவுகளில் மட்டுமே நிரந்தரமாக

உன்னை நேசித்த மனது

வேறொரு வரை நேசிக்க மறுக்கிறது....

உன்னுடன் தான்டா வாழ ஆசை....

மடையா, உன் நினைவுகளோடு அல்ல....

உன்னை என்னும் போதெல்லாம்;

கல்லாய் இருந்த மனமும்,

மெழுகாய் உருகி போகிறது....

சாதாரணமாக சொல்லிச் சென்றாய் பிரிகிறேன் என்று....

சொல்லிய போதே என் உயிரும் போய் இருக்கனும்...

மறந்துட்டு வாழ்க்கையை பார் சொன்ன....

என்ன செய்ய என் வாழ்க்கையே நீ தான்டா....

நீ தந்த நினைவுகள் கண்களை தாண்டி;

கன்னங்களையும் நிரப்புகிறது;

கண்ணீர் துளிகளால்

Divya. D

காயத்தின் வலி

ஒதுக்கப்படுகிறாய் என்று

தெரிந்த நொடியே ஒதுங்க பழகு!!!

காரணம் கேட்காதே..!

சிலரை எப்பொழுதும்

மறக்கவும், வெறுக்கவும்

முடியாது...

ஏனெனில்,

காலம் ஒவ்வொரு

துன்பத்திற்கு பின்பும்

கண்டிப்பாக மகிழ்ச்சியினை

ஒளித்து வைத்திருக்கும்.!

கலங்காதே தோழா!!!

E. Gayathri

என் நினைவிருந்தால் திரும்பி வா

என்றும் மனதில் நீயே! நீ என்னுடன் பழகிய

நாட்களே கொஞ்சம்! உன் நினைவுகளே என்

வாழ்வின் மீதம்! நம் காதல் நினைவுகள்

என்றும் மனதில் துடிக்கும்! நீ இல்லை என்று

உன் நினைவுகள் இருக்கும் என்றும்!

நாம் கடந்து வந்த பாதையோ!

என் நினைவுகளின் உறைவிடம்!

கனவிலும் நினைவிலும்

என்றும் நம் நினைவுகள்!

தனிமையில் உன் நினைவுகளோடு என்றும் என்னவள்!

estherkannan

என் நினைவிருந்தால் திரும்பி வா

கலைப்புலி ஓட்டத்தை கண்டேன்

எதிர்காலத்தை பிடித்தேன்

நினைவுகள் தோன்றும் போதே

உள்ளங்கள் தவிக்குதே

எண்ணங்கள் எதிர் ஒலித்ததே... நீ! நிலையாய் இருந்திடு

வண்ணத்துப்பூச்சி போல்

உன் எண்ணம் தோன்றட்டுமே

சாதனை செய்ய முன்னே உன் குறிக்கோள் எல்லாம்

கலைப்புலி போல் ஓட வேண்டும்

ஓட வேண்டும் நீ என்றும் ஒளி ஊட்டும்

வண்ணக்கதிர் போல்

நீ என்றும் நிலைத்திடுவாய் என்று என்றென்றும்

நுண்ணிய வார்த்தையில் பல்லாயிரம் முன்னறிவு பெற்றவளே!

என் நினைவிருந்தால் திரும்பி வா!!!

Ezhil Arasan K

காதல் தோல்வி

எத்தனை முறை கேட்டிருப்பேன்

என்னை நேசிக்கிறாயா என்று....

ஒரு முறை கூட

சொன்னதில்லை உன் நேசத்தை...

காலத்தின் சூறாவளி

நம்மை எதிரெதிரே எறிந்தது....

இரண்டு மகாமகம் கழித்து

இரவு நேர ரயில் பயணத்தில்

எதிர்பாராமல் சந்தித்தோம்....

நேரெதிரே இருந்தும் கூட

மவுனம் மட்டுமே நம் பாஷையானது...

சிலர் வாழ்க்கையில்

விளையாட்டு வினையாகும்...

நம் வாழ்க்கையில் விதியே விளையாடியது...

நள்ளிரவு கடந்தும் கண்கள் மூடவில்லை....

ரயிலின் சப்தத்தைவிட

உன் இதயத்துடிப்பின் ஒசைதான்

அதிகமாய் கேட்டது...

இது நாள் வரை

புரியாமல் இருந்த புதிருக்கு

அன்று விடை கிடைத்தது...

நீயும் என்னை காதலித்ததை

காலம் கடந்து உணர வைத்தது....

G.ELAMARAN

இன்னொரு முறை உனக்காய்

இன்று களைச்செடியாய்

தோன்றும் என் காதல்...

நாளை..

கானல் நீராக

கலைந்து போகலாம்...

எனினும்...

காதலுடனும்..

காத்திருப்புடனும்...

இதயக்கிளைகள் முளைக்கிறது...

இன்னொரு முறை உனக்காய்....

வந்து அமர்ந்துவிடு..

பட்டாம்பூச்சிக்கண்ணே....

GAYATHRI M

என் நினைவிருந்தால் திரும்பி வா!

என்னைக் காதலித்திட அவள் மறுத்துவிட்டாள்

நான் என்ன செய்வேன்,

தூக்கி எரிந்திட அவள் ஒன்றும் பொருள் அல்ல

என் இதயத்தின் ஆணி வேரானவள்

அவளை அசைத்திட நினைத்தாலும்

உயிர் போவது எனக்கு தானே...

மரணத்தின் வலிகள் கூட சுகம் தருமோ

இவள் கொடுக்கும் வலிகளை விட!!!

Gowdami

காதல் தோல்வி

மீண்டும் ஒரு நேசம் தேவையில்லை....!

மணிகணக்காய் பேச அவசியமில்லை....

கை கோர்த்து சுற்றி வரும் எண்ணமில்லை.....

பரிசு பொருட்களின் பரிமாற்றங்கள் எதிர் பார்க்கவில்லை.....

சீண்டிவிடும் தீண்டல்கள் இலட்சியம் இல்லை!

எனக்கு தேவை ஒன்று மட்டும் தான் முழு ஆயுளில் என்றாவது

ஒரு நாள் என்னை இழந்ததற்கான ஆதங்கம் உன் விழியில்

தெரியும் அந்த ஒரு நொடி மட்டுமே....

Haripriya

காதல் தோல்வி

போகின்றாய் வெகுதொலைவில் இல்லை

பறக்கின்றாய் வெகு தூரத்தில் இல்லை

கடலில் மூழ்கி நின்ற ஆழத்தில் இல்லை

என்னை விட்டுச் செல்கின்றாய் பார்வையின் எல்லை

தெரியவில்லை

பிரபஞ்சத்தில் ஆழம் இருப்பதைப்போல

உலகினில் மனிதர்களைப்போல

ஒளியினில் வேகம் இருப்பதைப்போல

கண்களில் ஈரம் நிலைத்து இருக்கிறது அனைவரிடத்திலும்

நல்ல பெயர் வாங்கிய

என்னை உன்னிடத்தில் கொடுத்தேன்

பதிலுக்கு நீ என்னை

இருள் எனும் நிலையை வைத்தாய்

Harish S S

என் நினைவிருந்தால் திரும்பி வா

விடியலின்போது வருவேன்

என கூறி சென்றவன்....

பல விடியல்கள்

கடந்தும் வரவில்லை

அவன் வரும்பாதை நோக்கி இன்றும்

காத்துக்கொண்டிருக்கிறேன்

ஒரு சிலையாக .....

Hemalatha

ஏனோ சென்றுவிட்டாய்

காலம் போன போக்கில் நானும் போக

ஏதோ சந்தோஷம் இல்லை என்றாலும் நிம்மதியாக

இருந்தேனே

நீயாகவே வந்தாய் காதலை சொன்னாய் இதெல்லாம் கனவு

என்று தனக்குத்தானே கிள்ளி பார்த்தால் நிஜமாக நடந்ததே

இருந்தாலும் வேண்டாமென்று எவ்வளவுதான் சொன்னாலும்

என்னையே உன் காதல் வசப்பட்டு சம்மதமென்று சொல்ல

வைத்தாய்

பின், நாட்கள் மட்டுமல்ல ஒவ்வொரு நொடி கூட சந்தோஷமாக

இருந்ததே

பின் நாட்கள் இப்படியே போக போக

நீயும் ஏனோ அதனுடன் சென்று விட்டாயே...

K Kameshwaran

காதல் தோல்வி

என் காதலே! என் காதலே!

நீ இவ்வளவு தாமதமாக வந்து

இவ்வளவு விரைவாக புறப்பட்டு விட்டாயே!

நீ வந்தபோது இனிமேல் தான் என் வாழ்க்கை

தொடங்கப்போகிறது என்றெண்ணினேன்.

'போய் வருகிறேன்' என்று நீ உன் வாயினாலேயே

சொன்னதும் நான் என்றோ

இறந்துவிட்டதாக எண்ணினேன்.

நீ வந்தபோது என் வாழ்வுக்கு முன்னுரை

எழுத வந்திருக்கிறாய் என்று கருதினேன்;

நீயோ முடிவுரை எழுத வந்திருக்கிறாய்.

நீ பறக்கப் பார்க்கிறாய்!

நான் கூண்டுக்குள் அடைப்பட்டு நிற்கிறேன்.

என் வேதனை உன் விழிகளை நனைக்க வில்லையா?

உனக்கென்ன-

ஒரு பார்வையை வீசிவிட்டு போகிறாய்.....

என் உள்ளமல்லவா,

வைக்கோலாய்ப்பற்றி எரிகிறது.

உனக்கென்ன-

ஒரு புன்னகையை உதிர்த்து விட்டுப்போகிறாய்.....

என் உயிரல்லவா,

மெழுகாய் உருகி விடுகிறது. உனக்கென்ன-

போகிறாய்....

போகிறாய் என் ஆன்மாவல்லவா,

அனிச்சமாய் உன் அடிகளில் மிதிப்படுகிறது.

க.இரா.பெ.நித்யாதேவி

என் நினைவிருந்தால் திரும்பிவா

என்னவளே என் இதய.துடிப்பே

நாடி நரம்புகளில் நர்த்தனம் ஆடியவளே

உன் சுவாச காற்று என் உயிர் மூச்சு

என்று அலைபாய விட்ட பேதையே !!

கண்கள் போதையில் என்னை கிறங்கி

நிலை குலைய வைத்த கபடகாரியே

உன் காதலே என் உயிர்மூச்சு

காதல் வசனம் பேசியவளே !!

நட்டாற்றில் என்னை இறக்கி விட்டு

உன் நினைவால் தவிக்க.விட்டு

என்னை பிரிய எப்படி மனம்வந்தது

என் இதய.துடிப்பே என்னவளே !!

கா.ச.இராமகிருஷ்ணன்

காதல் தோல்வி

உன்னை நேசிப்பது என்னை முழுமையாக்குகிறது.

ஆனால் நீங்கள் வேறொருவரை நேசிப்பதைப்

பார்ப்பது, எனக்கு மதிப்பில்லை என்று

நினைக்க வைக்கிறது. இன்று நீங்கள்

எனக்கு அளித்த வலி நாளைய

சவால்களுக்கு என்னை தயார்படுத்தும்

என் புன்னகைக்கு நீங்கள் தான் காரணம்,

என் கண்ணீருக்கும் நீங்களே காரணம்

என்று ஒருபோதும் அறிந்திருக்கவில்லை

நான் உங்களுடன் இருந்தபோது என்

உண்மையான புன்னகையை நான் எப்படி

திருப்ப முடியும்! எங்கள் உடைந்த உறவின்

சாதத்தை நான் இனி அடையாளம்

காணவிட்டாலும் நம்பவதற்கு நான் தேர்ச்சி பெறுகிறேன்

கார்த்தி.ர

காதல் தோல்வி

என் முன்னாள் காதலி

மீண்டும் வந்து என்னை காதலி

கண்டதும் காதல் தந்தாய்..!

கண்களில் சுகமான

காட்சிகள் தந்தாய்..!

கண்ணீரில் காயங்கள் தந்தாய்..!

என் மனதை மட்டுமே

உன்னிடம் தந்தேன்..!

அதற்கு கைமாறாய்

இத்தனை தந்தாய்..!

உன்னை கொடுக்க மட்டும்

ஏனடி மறந்தாய் ..!!

Kavinkumar.T

என்னவளே என்னை விரும்பி வந்திடு

காதலியே நான் காலையில் கண்விழித்த நொடி முதல்
உன்னையே தேடுகிறது என் விழிகள்..!
நீ என்னுடன் இருந்த சொர்க்கத்தை இன்று நீ என்னுடன்
இல்லாமல் நரகமாக மாற்றிவிட்டாய்யடி..!
உன்னை பிரிந்த நாள் முதலாய் நான் பித்து பிடித்தவன்போல
ஆனேனடி..!
உன்னுடன் இனிமையில் இருந்த நான் இன்று
தனிமையின் தவிக்கிறேனடி..!
பிரிந்து போன உன்னை எண்ணி எண்ணியே
பல கவிதைகளாக எழுதி எழுதியே தீர்க்கிறேனடி..!
என் வரிகளின் வலிகள் உனக்கு தெரிந்தால் என்னிடம் திரும்பி
(விரும்பி) வந்துவிடு..!

Kuttyma

என் நினைவிருந்தால் திரும்பி வா!

என்னை மீறியும் நேசித்தேன்

நீ தந்த வலிகளை மீறியும் நேசித்தேன்

இன்று தன்னை மீறி கலங்குகிறேன்

காத்திருப்பேன் உன் முகம் காணும்வரை

மரணத்தை விட கொடிய வலி

நீ தந்த பிரிவின் வலி என

இதயம் சொல்லும் என வழி என்னவென்று

கண்டும் காணாததுமாய் வேகவைக்கிறது.

என்னை வலியில் வேகவைக்கிறது உன் மௌனங்கள்

என் நினைவிருந்தால் திரும்பி வா!

இடைவிடாது பெய்யும் தீராத அடைமழையின் இடையே

மரத்தின் நிழலில் தஞ்சம் புகுந்து என் மார்பின் மீது

சாய்ந்து கொண்டு உன் இரு கைகளையும்

என் இரு கைகளோடு இணைத்து நம் பார்வை

மொழிகள் பேசிக்கொள்ளும் தருணத்தின் இடையே

மழைத்துளிகளின் கீர்த்தனைகளும் சேர்ந்து

அன்று உன்னுடன் நான் கழித்த அருமையான

பொழுதை என்றுமே நினைத்து பார்க்கும் அளவிற்கு

சுகமான நினைவுகளாக அந்த நாள் என்னில்

நீக்கமற நிறைந்து விட்டது..!

என் நினைவிருந்தால் திரும்பி வா

Lokeshwari.K

என் நினைவிருந்தால் திரும்பி வா

பார்க்காமல் போகாதே தென்றலாய் உன்னை தேடி வருவேன்!

பேசாமல் இருக்காதே நினைவுகளில் நித்தமும் வந்து தினமும்

சத்தம் போடுவேன்!

பொய்யாக வெறுக்காதே நெருப்பாய்

வந்து உன் அங்கம் முழுவதும்

என் ஞாபக அனலை உன்னில் உமிழ்ந்து விடுவேன்! என்றுமே எனக்கே உரித்தான

உன் காதலைக்கொடு அது மட்டும் போதுமே

இந்த ஆயுள் முழுவதும்

உன் காலடியில் கிடந்து நம் காதலை

அர்த்தமுள்ளதாக மாற்றுவேன்.

Mageshwari

வாடியும் பசுமையாய்

ஆசையாய் வளர்த்த மலர் செடி.

பூக்கத்தான் நேரமும் வந்ததடி.

மொட்டாய் மலர்ந்தது பூவுடன் சேர்ந்து காதலும்.

நீரூற்றி வளர்த்தேன் வளர்ந்தது நறுமணத்துடன்.

மொட்டும் மலர்ந்து பூவானது பார்ப்போர் மனதும் பறிபோனது.

மனதை கொள்ளை கொண்ட மலரும் கொள்ளை போனது.

காற்றுடன் சேர்ந்து காதலும் காணாமல் போனது.

உதிர்ந்து விழும் மலர் என்றும் மண்ணுக்கு உரமே.

உன் நினைவுகள் என்றும் இன்பம் தரும் சாகா வரமே.

ஆயிரம் நினைவுகள் புதிதாய் பூத்தாலும்

முதல் மலரும் அன்பாய் காதலித்தவளும்

என்றும் பசுமை கொண்ட நினைவுகளாய்.

MOHAN CP

நினைவிருந்தால் திரும்பி வா

மத்தளம் கொட்டி கைதளம் பற்றி

மணக்காதல் கோட்டை கட்டி என்ன லாபம் ?

மனக்கோட்டை மண்கோட்டையாக சரிந்தென்ன நியாயம் ?

சந்தேகத்தினை வில்லாக கொண்டு

வார்த்தைகளை வம்பாக வந்ததால்

சினந்து உனை பேச நேரிட்டால்

பிரிந்து எனை விட்டுதற கூடுமோ ? - அதற்கு

இணையான இணை இருக்குமோ , அந்தோ !

அகமானவரை அகம்பாவத் திற்காக மறவேன்

அன்பானவரை ஐந்துநிமிட கோபத்திற்கு துறவேன்

எனக்காக பிறந்தவரே ! என்அனுவில் நிறைந்தவரே !

என்நினைவே! என் நினைவிருந்தால் தி(வி)ரும்பி வா !..

Naveen Kumar

உன் நினைவுகளில் நான்

கண் மூடினால் கனவுகளில் வருகின்றாய்

கண் விழித்தால் கண்ணெதிரே நிற்பது போல் இருக்கின்றாய்

கடந்த காலத்தை மறந்து நிகழ்காலத்தில் வாழ நினைக்கிறேன்

நினைவுகளை மறந்து நிம்மதியை தேடி அலைகிறேன்

பார்க்கும் இடமெல்லாம் பட்டாம்பூச்சியாய் உந்தன்

ஞாபகங்கள் போகும் திசையெல்லாம் நீ வரைந்த

ஓவியங்கள் என்ன செய்வேன் நான்

விதி ஏனோ விளையாடி விட்டது

நீ இல்லா என் வாழ்க்கையும் அர்த்தமற்று போய்விட்டது

நிம்மதியை தேடினாலும்

நிகழ்காலத்தில் வாழ நினைத்தாலும்

உன் நினைவுகளில் மட்டுமே என்னால் வாழ முடிகிறது

NILANI S

காதல் தோல்வி

(ஒரு ஆண் கிளி தன்னை விட்டு பறந்து சென்ற பெண்கிளிக்கு

சமர்ப்பிப்பது)

வர்ணமில்லாமல் போனதடி என் வாழ்வு, என்

வண்ணத்துப்பூச்சி பறந்து போனதினால்!

சோகத்தினால் சோம்பேறி யானேனடி,

என் சொந்தம் என்னை சொந்தமில்லை என்றதினால்!

மறந்தாயடி பெண்ணே

ஏன் என்னை விட்டு பறந்தாயடி பெண்ணே!

பிரிந்தாயடி பெண்ணே

ஏன் என்னை விட்டுச் செல்லத்

துணிந்தாயடி பெண்ணே!

பாருக்கும் தெரியும்

நான் உன் மீது கொண்ட பாசம்

நீ விரும்புகின்ற பூவுக்கு புரியும்

உன்னாலே நான் அதன் மீது

கொண்ட நேசம்!
இதயத்தின் அரசன் என்றார்கள் என்னை
வெட்கப்படுகின்றேனே உன் இதயத்தில்

இடம்பெறாமல் தோற்றுப் போனதினால்!
புன்னகையை இழந்தேனடி

கண்ணீரை பரிசாய் ஏற்றேனடி!
கவிதையில் மடிந்தேனடி,

என் காதலை தொலைத்தேனடி!

போ. திலகவதி

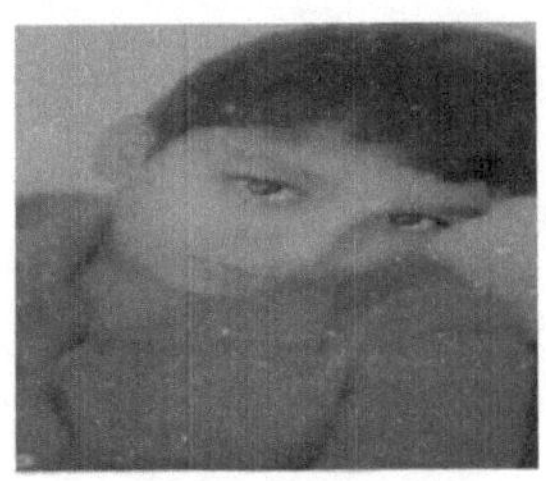

காதல் தோல்வி

விழிகளில் கோடி

கனவுகள் தந்தவளே விடைபெறாமல் அருகில் நிற்பாயா...

உன் தேன் இதழ்களில் என் பெயர் கேட்டாலே அமிர்தத்தை

சுவைக்குதடி என் மனம்...

பிரம்மன் செய்த மலர மணத்தாலே இனிமை பரப்புகிறாய்...

நமது கைகள்

கூடும் உணர்வுத் தருணங்களில் மனங்களின் காதல் வானை

முட்டுதடி....

தள்ளி நிற்காதே பெண்ணே உன் தவிப்புகள் எனக்குள்ளும்

தான்!

Parthiban.M

என் நினைவிருந்தால் திரும்பி வா

ஆண்களின் காதல் ஒரு

உடைக்கப்பட்ட கண்ணாடி.......

அதை வேறு ஒரு

பெண் ஒட்ட வைத்தாலும்...

பழைய காதலின் நினைவுகள்

விரிசலாகவே இருக்கும்.......

உன்னை விரும்பும் போது

எனக்குத் தெரியவில்லை

இப்படி வேதனைகளையும்

வலிகளையும் வலிமையாக

கொடுத்துவிட்டுப்

போய் விடுவாய் என்று!!!!!

Ragul

என் நினைவு இருந்தால் திரும்பி வா

அவளின் நினைவுகள் என்னைஅனுதினமும் உறங்க விடாமல்

சிந்தனையில் வந்து வந்து செல்கிறது...

கண்கள் செய்த தவறுக்கு இப்பொழுது

ஏங்குகிறது என் இதயம் அவளின் வருகையை எண்ணி...

காற்றோடு நாளும் நடைபோடும்

மலர்களின் வாசனை அவள் மேனியில்...

நிலவை போன்ற அவளின் முகம் பளிச்சென்று என் மீது

ஒளியாய் வீசும்

கள்ளம் கபடமில்லா அவளின் பாசம் என் மீது எப்போதும்...

Ramesh

காத்திருக்கிறேன் உன் வருகைக்காக!

தேவதைகள் நேரில் வந்து வரம் தரும் என்பார்கள். அந்த

தேவதையே வரமாக என்னுடன் இருக்கிறாள்...

அவளுடன் இருந்த நாட்கள் என்றும் சொர்க்கமே.மறக்கவும்

முடியாமல் நினைக்காமல் இருக்கவும் முடியாமல் கூண்டுக்குள்

அகப்பட்ட குயில் போல் என் மனது வெளியில் செல்ல

சிறகடித்துப் பறக்கிறது...

கண்களால் அவளை படம் படித்து

இதயம் என்னும் கருவறைக் கூட்டில்

என்றும் தொலையாதவாறு இருக்கின்றது அவளின் முகம்...

பெண்ணே..

நினைவிருந்தால் திரும்பி வா

நாளும் காத்திருக்கிறது

நானும் காத்திருக்கிறேன்...

ர. ரமேஷ்

மடிந்தேன்

இந்த விடியலுக்கு ஒரு போதும் தூரம் இல்லை...

இருந்தாலும் என் நெஞ்சில் ஏன் இந்த பாரம்...

மறக்க நினைத்து துடிக்கிறேன்..

மகிழ்ச்சியை இரசிப்பது போல் நடிக்கிறேன்...

நீ வீசிய வார்த்தைகளால் ஒடுகிறேன்...

உன்னோடு ஏழேழு ஜென்மம் வாழ நினைக்கிறேன்...

இவை கனவென்றதும் மண்ணோடு மடிகிறேன்...

ஓடி ஆடி வாழ்ந்த காலம் இன்று

நினைவில் நொந்து போகுது...

உன் நினைவுகளால் என் மனது செத்து போகுது...

S. BHUVANESHWARAN @SENTAMIZH

உன் நினைவினில் நான்

கவிஞனுக்கு மட்டும் கற்பனை வரமல்ல

காதலுனுக்கும் தான்

என்று உன்னால் புரிந்து கொண்டேன்...

நிஜத்தில் ஒரு நொடி கூட

உன்னோடு வாழ்ந்தது இல்லை, ஆனால்,

நினைவில் உன்னோடு வாழாத நாளும்

இங்கில்லை... என் கண்ணீரை என்

கண்ணுக்குள் புதைத்து

வைத்தேன், ஆனால் கண்ணீரோ,

அணை உடைத்த வெள்ளம்

போல பெருக்கெடுத்து ஓடியது , காரணம்,

உன்னை காதலியாக பார்த்த என் விழிகள்

இன்று உன்னை வேறொருவன்

மனைவியாக பார்த்தால்...

ச.அ. விஜய் ஆனந்த்

என் நினைவிருந்தால் திரும்பி வா!

கண்மூடித்தனமாக உன்னை காதலித்ததால் இன்று

கண்ணீர் வற்றிப்போக அழுகிறேன்

பேதை நான் உன்னை

காதல் செய்ய

பேதைமை என்னை ஆட்கொள்ள

பெற்றோர் உற்றோர் மறந்து

பெண்ணியமும் மறந்து-மறந்ததால்

தானோ இன்று நீ

என்னை மறந்தாய்-மறந்திடாமல்

நம் காதல் காலம் நினைவிருந்தால் திரும்பி வா!

S.Leyo theboral

காதல் தோல்வி

பிரிவு எனும் தண்டனையால்

நித்தமும் நிம்மதி இழக்க செய்கிறாய்

என் இதயத்தை

என் இதயம் முழுக்க காதல் இருந்தும்

நீ இல்லாமல் வலிக்கிறதே!

பொய் எவ்வளவு அழகு என்பதை

கவிதைகளால் அல்ல!

உன் வார்த்தைகளால் உணர்கிறேன்!

நீ தந்த காதலோடு மரணிக்க

நினைக்கிறேன்...

என்னை கருணை கொலை செய்திடு

சி.மித்ரா

என் அன்பு மாமாவுக்கு

ஏன் மாமா உன்ன நா

என் மனசுல வெச்சு இருக்கேன்

காலம் முழுவதும் உன் கூடவே வாழனும்னு

ஆசை வெச்சேன் நீ இல்லன்னா எனக்கு

இந்த வாழ்க்கையே இல்ல அப்படின்னு

நீ எனக்கு என்ன வேணும்னாலும்

நீயே பார்த்து பார்த்து பண்ணுவே

எனக்கு எல்லாமே நீயாக இருந்தபோது

எனக்கு எந்த குறையும் இருக்கவில்லை

என் அன்பு மாமா இப்போ

என் பக்கத்துல இல்லாத போது

எனக்கு என் வாழ்க்கையே ஒரு குறையா தோணுது

யார் செய்த சாபம் உனக்கு

என் நினைவிருந்தால் என்னை

வந்து அழைத்துக் கொண்டு போ

உனக்காகவே வழிமேல் விழி வைத்து

காத்திருக்கும் உன் அத்தை மக.....!

Saara

என் நினைவிருந்தால் திரும்பி வா

என் இனிய காதலே ஏன் என்னை மறந்தாய்

உன் நினைவு என்னை கொள்ளுகிறது

நீ என்னை சுற்றி இருந்த காலம் எங்கே

நான் உன்னை சுற்றி வந்த நேரம் எங்கே

உன் அருகில் இருக்கும் போது என்னை மறந்தேன்

ஆனால் நீ என்னை விட்டு போகும் போது விழுந்தேன்

உன்னை நினைத்து நான் இங்கே அழுகிறேன்

என் மகிழ்ச்சி உன்னோடு போனது ஏனோ

என் இனிமையான வாழ்க்கை காலங்கள் போனது

உன்னுடனே ஏன் என்னை மறந்து போனாய் என் உயிரே

என் உலகம் இருண்டது என் அன்பே என் அன்பே

என்னை விட்டு போனது ஏனோ ஏனோ

Sabina Begam

மீண்டும் வா உயிரே!

விதியே..... ஒருநாளாவது என்னை நீ நிம்மதியாக உறங்க

வை... மரணமாக... இருந்தாலும்

பரவாயில்லை...

கடந்த கால காதல் நினைவுகளை கடப்பது,கடலை கடப்பதை

விட கொடுமை தான் போலும்...!

காதல் என்ற மூன்றெழுத்தில்

காவியம் படைத்து கவி வடிக்க என்னோடு கலந்தவள். என்னை

கண்ணீரில் கவி வடித்து காவியம் படைக்க வைத்து சென்று

விட்டாள் வெகு தூரம்.

Sangavi

காதல் தோல்வி

என்னைக் காதலித்திட அவள் மறுத்துவிட்டாள்

நான் என்னச்செய்வேன், தூக்கி எரிந்திட

அவள் ஒன்றும் பொருள் அல்ல

என் இதயத்தின் ஆணி வேரானவள்

அவளை அசைத்திட நினைத்தாலும்

உயிர் போவது எனக்கு தானே...

மரணத்தின் வலிகள் கூட சுகம் தருமோ

இவள் கொடுக்கும் வலிகளை விட.....

Saritha

உன் நினைவுகளில் நான்!

உன்னை மறக்க எண்ணி உன் நினைவுகளில்

என்னை மறக்கிறேன்!

ஏன்

இப்படி ஒரு மனநிலை என்னில் தனிமையை

வெறுத்தேன்

இன்றோ தனிமையை ரசிக்கிறேன்.....

உன் நினைவுகளால்!!!

Seenuvasan

என் நினைவிருந்தால் திரும்பி வா

நீ நடக்கும் போது

இருக்கும் போது

சாப்பிடும் போது

பயணிக்கும் போது

அழும் போது

சிரிக்கும் போது

தூங்கும் போது

தூக்கம் முடிந்து கண்விழிக்கும் போது

காலையில் பல் துலக்கும் போது

என் நினைவிருந்தால் திரும்பி வா..

காத்திருக்கிறேன் இருகரம் கொண்டு

கட்டி அணைத்து என் இதய கூட்டில் பூட்டி வைத்து

பாதுகாக்க.. என் நினைவிருந்தால் திரும்பி வா...

Shayan Pothannayagam

காதல் தோல்வி

சோகத்தை புன்னகையால் மறைத்து...
தனிமையில் மகிழ்ச்சி தேடியவளின்
மனதிற்கு மருந்து போல வந்து..
அந்த புன்னகையையும் எடுத்துக்
கொன்று விட்டாயே...இன்று
என் விழிநீரில் விடாமல் தோன்றும்
உன் நினைவலைகளில் சுழன்று
தவித்துக் கொண்டிருக்கிறேன்...

மூழ்கவும் விரும்பாமல்...
கரை சேரவும் பிடிக்காமல்...

SHRUTHI N V

காத்திருப்பேன் உனக்காக

கண்களில் நீர் வற்றி போனது

ஏக்கம் தீருமா என் உலகே

உடல் இங்கு சடலமாக உள்ளது

உன்னாலே உயிர்பெறும் வருவாய் அன்பே

பனியானது கோபம் பக்கம் வா

நொடியெல்லாம் நோகிறேன் திரும்ப வா

அறிவாய் நீ பிரிந்து வாழமாட்டேன்

நினைவில் நிறைந்திருக்கிறான் விரைந்து வா

இடைவெளி என்னை முள்வேளியாய் குத்துகிறது

நான் அழுதாலே துடிப்பாயே அன்பே

அடைமழையாய் நித்தமும் அழுகிறேன் உன்னால்

என்னால் உன் வருகையென உயிரே

கவிஞர் க. சினேகா

என் நினைவிருந்தால் திரும்பி வா!

என் உடம்பின் உயிராக என் உருவத்தின் நிழலாக என்
இதயத்தின் துடிப்பாக என் மனதின் நினைவாக என்
வாழ்க்கையின் வழிகாட்டியாக ஒன்றும் என் இதயத்தின்
தேவதையாக என்றென்றும் என் காதலியாக எதிர்காலத்தில்
என் மனைவியாக நீ வருவாயா இதை கவிதையாக நீ
நினைத்தால் அது தவறு இது என் கனவு இதை வெறும்
வார்த்தை என்று நீ நினைத்தால் அதுவும் தவறு இது என்
வாழ்க்கை என் வாழ்க்கை என்னவளின் கையில்

என் நினைவிருந்தால் திரும்பி வா!

அந்திமழை பொழியும் அழகான இரவில் விரல் கோர்த்து நடக்க
வேண்டும் நெடுந்தூர பயணம் நான் அழும் நேரம் கூட
இன்பமாக மாறும் உன் தோள் சாய்ந்தால் நாம் சேர்ந்து வாழ
விதி ஆசைப்படவில்லை போலும் இருந்தாலும் உன்னுடன்
தான் இருக்கிறேன் சந்தோஷ கண்ணீரோடு வாழ்ந்து கொண்டு
தான் இருக்கிறேன் உன் அழகிய நினைவுகளோடு நான் உன்
மீது கொண்ட காதலுக்கு என்றும் அழிவில்லை காரணம் அது
ஓவியம் அல்ல என் மனதில் பதிந்த காவியம்

Sri Dharshini

உன்னிடம் என் காதல் சொல்ல

உன்னிடம் என் காதல்

நான் சொல்லவில்லை

என்றாலும் நீ என்னை

மௌனத்தில் நேசிக்கிறாய்

என்று நான் கருதினேன்

இருப்பினும் நீ அவளை

நேசிக்கிறாய் என்று நீ

என்னிடம் கூறிய நிமிடம்

என் மனம் அது கண்ணாடி

சில்லாக நொறுங்கியதே

உன் நினைவதில் நான் என்றென்றும்

மனம் உருகி உருகி வாழ்கிறேனடி நான்.

Supriya.c.s.k.

அலைமோதிய அந்திமாலை

வாஞ்சைமிகு வாடைக் காற்றாய்

வீதியோரம் விலகிநின்ற என்னை

வருடிச் சென்றாய் அன்று !

காலம் பல கோலம் செய்யும்...

சற்று மிகுதியாகவே மாயம் செய்யும் ...

அந்த அந்திமாலைப் பொழுதினில்

அழகே உன்னை - என்

கண்கள் காணாதிருந்திருந்தால்

என் காதல் அத்தியாயம் அரும்பாமல் போயிருக்குமோ !

காலம் வேறு திசையில் ஓடி இருக்குமோ!

காதல் தான் அதன் கதவை மூடியிருக்குமோ !

உன் அல்லித்தண்டு பாதங்கள்

அச்செ011 அச்சாலையில் பதியுமென

அடங்கா ஆசையோடு

அழியாக் கனவோடு

அனைத்தையும் மறந்து

ஆணவத்தைத் துறந்து

அன்னமே உனக்காய் வாழ - உன்

அகன்ற விழியில் அனுதினமும் இளைப்பாற

அன்போடு வழிமேல் விழியினைப் பதிக்கிறேன் !

T.SINDHU KAVI

காதல் தோல்வி

உன்னை உயிராக நினைத்ததற்கு பரிசாக என் உறவை

உருக்குலைக்க என்னையோ......

உன் செல்ல சிரிப்பைக் காண என் எல்லை இல்லா கண்ணீரை

மறைத்தேனடி என் மனதோடு.....

என் பேச்சை மதிக்காமல் மரணம் வேண்டும் என்று

நினைத்தாயோ!

உன் கண்ணீர் கடலை கரைக்க எண்ணினேன், அது கானல் நீர்

என்று உணர்த்தி கலங்க வைத்தாயே.....

ஒவ்வொரு நொடி பொழுதும் உன்னை நினைக்காமல் நான்

இல்லை!

உன்னை நினைக்காத அந்த ஒரு நொடி பொழுதில் என் நாடி

நின்றிருக்கும்....!

இது வெறும் வார்த்தை அல்ல.....

உன்னை பிரிந்ததால் வந்த வலிகள் அன்பே.....!

Thenmozhi.E

நினைவிருந்தால் திரும்பி வா

காதல் முகவரியை

இதயத்தில் எழுதி

துடிப்பின் சத்தத்தில்

முத்தங்கள் இசைக்கிறாய்

காற்றடைத்த பைகளில்

நினைவுகளின் தீண்டலில்

உயிரில் கலந்து

உயிரோவியம் வரைகிறாய்

மௌனத்தில் உயிரும்மெய்யுமாய்

மொழிகள் கோர்த்து

விழிகளில் வடிக்கிறாய் அழகிய கவிதையாய்

துள்ளி ஓடும்

மானாய் மனதில்

துள்ளி விளையாடி

உள்ளத்தில் ஆட்சிசெய்கிறாய்

பள்ளத்தில் வீழ்ந்து

தவிக்கிறேன் காப்பாயா

காதல் வெள்ளத்தில்

இன்பம் பெருக

மலரே மௌனமெனும்

சிறையை உடைத்து

சிறகாய் பறக்க

சம்மதம் சொல்வாயா

திலகவதி

என் நினைவிருந்தால் திரும்பி வா

ஓர் நீண்ட கதை கேட்டால்,

நம் காதலை நியாபகம் கொள்வேன்,

காரிருள் போர்த்திய வானம் பார்த்தால்,

உன் புன்னகை நியாபகம் கொள்வேன்,

முகம்தனை நனைக்கும் சாரல் பார்த்தால்,

உன் பூவிதழ் நியாபகம் கொள்வேன்,

தூரத்தில் ஒலிக்கும் பாடல் கேட்டால்,

உன் புன்னகை நியாபகம்

கொள்வேன்,

யாரேனும் நெருங்கி பழக நினைத்தால்,

விலகிய நாளை நியாபகம் கொள்வேன்,

நினைத்து நினைத்து நாட்கள் நகரும்,

நியாபகங்கள் வரமல்ல நீங்காத வலி..!!

என் நினைவிருந்தால் திரும்பி வா

விலகி இரு உயிரே

என்னை விட்டு விலகியே இரு உயிரே

நெருங்க நினைக்காதே என்னை

நான் இறைவனால் சபிக்கப்பட்டவளடா

என்னை நெருங்கினால்

நீயும் சபிக்கப்பட்டவனாகி விடுவாய்..!!

கயவர்களுக்கு மத்தியில்

கட்டுப்பட்டு

கலங்கி நிற்கிறேன்

நம் காதலை வைத்துக்கொண்டு

Thiru

காதல் தோல்வி

புல்லினங்களில் பேசுவதால்

பொழுத்தினங்கள் விடிவதில்லை!

சொல்லினங்களில் காதல் தோற்றாலும்

சோகங்கள் என்றும் மறப்பதில்லை!

கல்லினங்களில் மூன்று விதமுண்டு

தெரியுமா பெண்ணே!

நல்லிதயங்களில் காதலுக்கு

கல்லறை கட்டும் -ஆண் வர்க்கத்தில்

நானும் ஒரு அங்கம் என்று

நீ அறிவாயோ பெண்ணே!

Thirupavai.B (திருப்பாவை.பா)

என் நினைவிருந்தால் திரும்பி வா

நெஞ்சினில் நிறைந்து சூட்சமமாக மறைந்து

உணர்வுகளில் உருகி

நினைகளில் சிந்தி சொந்தம் நீயென

உயிரின் வேரில் நுழைந்து வளைந்து

நெளிந்து நிமிர்ந்து பதமாக என்னுள்

ஆட்சிசெய்யும் வித்தைநீ

நீயின்றி வாழமுடியாது உலகத்தில் சுவாசமாக

வசந்தங்கள் வீசினாலும் மலராது வாசமும்

வீசும் தென்றலாய் வருடும் ஒற்றைமொழியில்

ஆயிரமாயிரம் கவிதை வடிக்கும் என்னுயிரே

இணை பிரியாத வரமொன்று வேண்டுமே

உனை பிரிந்தே வாடி தவிக்கிறேன்

என் நினைவிருந்தால் திரும்பி வா!

உ.ரேகா

காதல் தோல்வி

மழை கூட வரும் அறிகுறி கொண்டு. அவளாக வந்தால். காதல்
வெளிச்சத்தை தந்தாள். என் மனதை அவள் மனதோடு சங்கமம்
ஆக்கினாள். என்றுமே மறவா வண்ணம் என் வானின் முழு
நிலவாய் அவள் மாறி விட்டாள். என்னில் காதல்

என்னும் புதிய புரட்சியை தோற்றுவித்து என்னி மே என்னை
தோற்கடித்து விட்டாளே..!

Umesh Balaji

என் நினைவிருந்தால் திரும்பி வா

துன்பமும் இன்பம்தான்-நீ

எனக்கு தரும்போது,

துயரமும் சுகம்தான் - நான்

உனக்காக சுமக்கும்போது,

உன்னை வந்து சேர்ந்தபோதுதான்

நான் யாரென்று உணர்ந்தேன்

உன்னை விட்டு பிரியும்போதுதான்

நீ யாரென்று உணர்கிறேன்

உன்னை மறக்கும் நாளும் - என்

வாழ்வின் இறுதி நாளும்,ஒன்றே!

உன் நினைவில் உனக்காய் நான்,

நீ வருவாய் என!

வே.வசந்த பிரியா

ஒரு கோடி நினைவுகளை என் உள்ளத்தில் சுமந்து

துடிக்கிறேன்... உனக்காய் வாழ்ந்த வாழ்க்கையை நான் தினம்

எண்ணி தவிக்கிறேன்...

காதல் வலி என் உச்சம் தொட கதறி அழும் என் மனதை கண்டு

கண்கள் இரண்டும் கண்ணீர் வடிக்கிறது..

உனை பிரிந்தால் நான் நடை பிணம் ஆவேன் என் உயிரை

உரசி தீ மூட்டி அதில் ஏன் குளிர்காய துடிக்கிறாய்.

என்பதை அறிந்தும்,

உன்னை காதலித்த குற்றத்திற்காக என்னை கல்லறைக்கு

அனுப்ப துடிப்பது நியாமா என் கண்மணியே..

Vijayalakshmi

காதலின் காயங்கள்

என் காதலே நீ பிரிந்ததேனடி?

உன் காயங்களால் மனம் நொந்ததேனடி?

காதலி நீயே மறைந்தாலும் - முதல் காதலின் நினைவோ

மறைந்திடுமோ? கரங்கள் கொண்டு கண்கள் மூடி, சுடும்

கதிரவன் ஒளியோ மறைந்திடுமோ?

காயம் நூறு கண்ட இதயம், உ(ன்)னை

கடைசி நொடியிலும் மறந்திடுமோ!

கரையைக் கண்ட கடலின் அலைகள்,

கடைசி வரையில் தங்குமாயின்,

அலையைப் பிரிந்த கடலின் மனதோ

ஆழிப் பேரலை ஆகிடுமே! தேகம் முழுதும் தேங்கிய

உந்தன் தேன் நினைவுகள் நீங்கிடுமோ?,

என் தேவதை உன்னைத் தேடிய கண்கள் தேங்கிய

நீராய்த் தேம்புதடி! குழலில் பாயும் காற்றும் மறையும்

குழலின் ஓசை மறைந்திடுமோ? தினமும் உன்னை நினைக்கும்

இதயம் திரும்ப நினைக்க மறந்திடுமா!

Vishnu Kumar

காதல் தோல்வி

உறக்கம் இன்றி தவிக்கிறேன் உயிரே உன்னை நித்தம் நினைக்கிறேன் தனிமையில் இருந்து தவிக்கிறேன் தலைவன் கட்டி அணைக்கிறேன் நிலவு என்னை வைக்கிறது இரவு நகர மறுக்கிறது - எந்தன் இமைகள் விழித்தேன் கடந்து! உறங்க முடியாது இரவுகள் தந்த உறங்கி விட்டால் கண்ணி! மறக்க முடியா நினைவுகள் தந்து மறந்துவிட்டாள் என்னை! என்னை வதைக்கும் இரவுகள் அவளை! வதைத்தால் ஆகாதா?

கண்ணைத் திறந்த கண்ணியவள் என்னை நினைத்தால் ஆகாதா?

இந்த உலகம் அன்பால் ஆனது என்பதெல்லாம் பொய்

Yashita.R

www.ingramcontent.com/pod-product-compliance
Lightning Source LLC
Chambersburg PA
CBHW051847130726
47987CB00002B/727